காதல்

சுபா கிட்டு

ஏலே பதிப்பகம்

காதல்
ஆசிரியர் ©சுபா கிட்டு
முதற்பதிப்பு 2021
பக்கங்கள் 51

ISBN 978-93-91423-76-6

புத்தகம் வெளியிடு
ஏலே பதிப்பகம்
aelaypublish@gmail.com
phone – 9944992571

Aelay Publish
www.aelaypublish.com

எழுதி முடித்த நாள்
குறிப்பேட்டினை சற்றே
எடுத்து ஆராய்ந்து பார்க்கின்றேன்
அதில் எங்கும் நிசப்தமாய் நீயே
நிறைந்து இருக்கிறாய்...
ஒவ்வொரு பக்கங்களும் உன் விழி காணும்
விடியலின் தொடக்கமாகவே அமைந்துள்ளது
சில பக்கங்களில் நீ
புன்னகைக்கிறாய்
நானும் உன் மலர்
இதழ்களின் அழகில் மூழ்கி போகிறேன்...
சில பக்கங்களில் முழுமதி
உனக்கு ஒப்பனை
சாயங்கள் பூசி
உன்னை மறைத்து
கொள்கின்றாய்...
நானும் உன்னில் மயங்கி தொலைகின்றேன்...
சில பக்கங்களில் என்
மனதோடு நெருங்கி உறவாடி இன்பங்களில்
நீராடுகின்றாய்
நானும் உன் ஈரங்கள்
உணர்த்தும் காற்றாய்
உன்னை இடைவெளிகள்
இன்றி சூழ்ந்து கொள்கிறேன்
சில பக்கங்களில் கெஞ்சலும் கொஞ்சலுமாய்
ஏதோ ஒன்றை மறைமுகமாக
மறைத்து வாதிடுகின்றாய்
நானும் அறியாதது
போல் உன்னிடம் விளக்கங்கள் காண
விளைகின்றேன்...
சில பக்கங்களில் மௌனம் காக்கின்றாய்
நானும் உன்னுள்ளே
மரணித்து போகிறேன்

காதல்

சில பக்கங்களில் கண்ணீர் உதிர்த்து
உன் காயங்கள்
ஆற்றுகின்றாய்...
நானும் அதன் வடுக்கள்
கண்டு வாடுகிறேன்
சில பக்கங்களில்
பிரிவின் வலிகளால்
மறைமுகமாக துடித்து
துயர் கொள்கிறாய்
நானும் உன்னுள் வெந்து தனிகின்றேன்
இறுதி பக்கங்களிலாவது
நம் தேசங்கள்
நிறைவேறும் என்று
இருமார்ந்து இருந்தேன்
நீயோ உன் எண்ணங்களின்
பக்கங்களில் எனக்கு
இறுதி அஞ்சலி செலுத்தி விட்டு
இறந்த நடை பிணமாக
வாழ்கிறாய் எங்கோ...
நானும் அனைத்தும் அறிந்தும்
பார்வையாளனாகவே
இருக்கிறேன் பழி
கூறும் இந்த உலகினை
எண்ணி...
என்றாவது ஓர் நாள்
நீ வாசிப்பாய்
என்று உனக்காக நான்
எழுதிய நாள் குறிப்பேட்டில்
இன்று நான் என்னையே
தேடி கொண்டு இருக்கின்றேன்...
நீயற்ற பொழுதுகளில்
என்னை தூண்டும் வலிகளாகவும்
அவற்றை ஆற்றும்
மருந்தாகவும் அவை...

மீண்டும் ஒரு புது
வருடத்தின் வரவிற்காக
நாள் குறிப்பேடும்
வந்தாகி விட்டது...
அதில் முதல் பக்கங்களிலும்
எனக்காக உன்னையை
எழுதுகிறேன்
என்றும் நினைவுகளில்
கூட உன்னை
பிரிய வழிகளின்றி (மனமின்றி)

****

மௌனங்களே சற்று விலகி இருங்கள்
மரணித்து கொண்டு
இருக்கும் மனம்
சிறிது அவனோடு
உரையாடட்டும்
மெல்ல திறந்த மன
கதவுகளின் உள்ளே
காற்றாய் உன்
காதல்...
உன்னை சிறைப்படுத்தி
காற்றாய் சுவாசிக்கிறேன்...
விழிகள் வீசிய பார்வை
அம்புகள் எல்லாம்
என்னுள்ளே ஆழமாக
பதிந்து உன் நினைவு
ரணங்களை ஆறாமல்
பார்த்து கொள்கிறது.
எதற்காக புன்னகைத்தாய் என்னை
வருடி போகவா
அதனால் தான்
படபடத்து துடித்து கொண்டு இருக்கிறது
உன்னால்...
உன் நிழல் தீண்டிய
என் தேகம் ஒளிர்ந்து
எரிந்து அமைதியாய்
காதலின் இன்ப துன்பங்களை
உணர்த்தி நீண்ட சுவாசத்தின் ஏக்கங்களாய்
பயணிக்கின்றது...
உன் வாய் மொழிகள்
எல்லாம் காதலின்
வேதங்களாக மாறி
நீ வீற்றிருக்கும் என் மன
அறைகளின் முன்பு
ஒலித்து கொண்டே இருக்கிறது...

காற்றில் கலைந்து போன
தலையின் கேசங்கள்
எல்லாம்
என்னின் உணர்வுகளையும்
கலைத்து செல்கிறது...
நீ மௌனமாய் என்னை
கடக்கும் நொடிகளில்
உன்னை ரசித்து
அழைத்து பார்க்கிறது மனம்...

இத்தனை நிகழ்வுகளும்
என்னை போல்
உனக்கும் இருக்குமா
என்று எண்ணி
பார்த்தேன்...
என்னால் அறிய இயலவில்லை
அழுது முடித்தும் ஓய்ந்து
விட்டேன்
மனம் இன்னும் ஆற்றபடவில்லை...
அதனால் மௌனங்களுக்கு சற்று
விலக்கு அளித்து விட்டு
உன் மனதோடு
உரையாடுகிறேன்...
நீயும் மௌனமாக உறையாதே
என் விழிகளோ நீர் குளமாய்...

****

கள்ளி காடும்
கடும் வெயிலும்
சுட்டு எரிக்கும்
சுடும் மணலும்
விறகு சுள்ளிகள்
பொறுக்க வந்த
கண்ணம்மாவிலன் கால்களுக்கு கடவு(கல்)ள்
இரங்கிய இரக்கமற்ற வரங்களோ
கண்ணம்மா என்ற அழைத்த வெள்ளைச்சியின்
குரல் கேட்டு
என்ன என்பது
போல் தன்
பரட்டை கோதிய
விரல்களின்
பக்கம் பார்வையை
ஓட விட்டாள்
கருவேலம் மரம்
தான்
சுருங்கிய விழிகள்
அமிர்தம் உண்ட
மகிழ்வினை போல்
பிரகாசித்தன
என்ன வெள்ளச்சி
என்றவாறு
இரு கால்களின்
இடையே உள்ள
பாம்ப புற்றை
கவனித்தால்
பாம்புனு என்றால்
படையும் நடுங்குமாம்
பசி மட்டும்
ஏன் நடுங்கி அடங்கவில்லைஎன்ற வினவியவாறே
இரு கைகளிலும்
அரிவாளை எடுத்து
காய்ந்த கருவேலத்தின்
கிளைகளை வெட்டலானாள்...ஆழி பேர் அலையாய்
அந்த மணல் காற்று

அய்யோ என்ன
செய்வது என்று
அறியாமல் திகைத்தாள்
இன்றாவது ஓர் நாள்
இரவில் அரிசி பருக்கைகள்
கிடைக்கும் என்று
ஏக்கத்தில் இருக்கும்
தன் பிள்ளைகளின்
முகம்
மனதில் மின்னி மறைந்தது
கடும் காற்றோ
காய்ந்த வெயிலே
பேய் இருளோ
பெரும் மழையோ
எதுவாயினும்
அவளின் முன்
பயமற்றே
தென்பட்டது
விறகுகள் வெட்டிய
அரிவாள்
சிறிது அவளது
விரல்களையும் பதம்
பார்த்து
வறுமையில் சுண்டிய
இரத்த துளிகளுக்கு சுவை அதிகமான
பதம் பார்த்து
விறகுகள் கட்டியாகி விட்டது
என்று பெரு மூச்சு
விட்ட அவளுக்கு
கள்ளி செடியின் பூக்கள்
காதுகளில் காதல்
பேசின
இன்றாவது அவளின்
கூந்தலில் இடம்
பெறுவோமா
என்று ஏங்கி தவித்தன

காதல்

எண்ணையற்ற கூந்தலில் இறுக கட்டி
வைத்திருந்த ரிப்பன்
முடிச்சுகளில்
அவற்றை எடுத்து
சூடி கொண்டாள்
உலகின் அழகிகள் அனைத்தும்
அவளுக்கு கீழ்
என்று தோன்றியது
கிழிந்த சேலையின்
ஒரு தலைப்பு
தன் மானம்
காக்க
மறு முனை
விறகின் பாரம்
தாங்குகிறது
அடி சாயும் முன்னரே
போனால்
தான் ஏதாவது
இந்த கட்டுகளில்
விலை போகும்...
என்ற எண்ணத்தில்
விரைவாக நடந்து
சந்தை வந்தாள்
ஏலம் விட்ட விறகு
கட்டுகள் அவளை கண்டு
இரங்கி கண்ணீர்
உதிர்த்தன
இன்றாவது ஓர் நாள்
உங்களின் பசி
பிணி அகற்றும்
மருந்தானேன் என்று
ஆறுதலாய் அவளும்
சிறிது கண்ணீர்
உதிர்த்தாள்...
தன் குடிசையை
நோக்கி பயணித்தால்

பசியின்
கொடுமையும்
மறந்து
அவளின் வருகை
கண்டு ஓடி
வந்து அணைத்து
கொண்டன
அவளின்
பிள்ளைகள்...
எரியும் அடுப்பில்
பொங்கி வெந்தன
அந்த அரிசி
மணிகள்...
அன்று இரவு
அவர்களின்
பசியாறியது...
அடுத்த நாள்
எவ்வாறு பசியை
போக்குவது
என்ற நினைவுகளோடு
அன்றைய
பொழுதும் விடிந்தது
மீண்டும் தொடரும்
அந்த வறுமையின்
கண்ணமாவின் முடிவற்ற பயணம்...
****

காதல்

விழிகள் மூடி மனம்
தேடுகிறது
அவள் காதல் பதித்து
சென்ற
சுவடுகளின் பாதையில்...
நீண்ட நெடும் பயணம்
அது
அவள் நினைவுகள் என்னோடு துணையாக
பயணிக்க
எங்கு கண்டறிவேன் அவளை
மனமோ சற்று நிதானித்து நின்று விட்டது
அவள் விழி நீர் நதி
வருது கண்டு
இங்கு தான் அருகில்
என் அன்பினை தேடி
வலிகளின் துளிகள் வடிக்கிறாள்
என் இதயமோ அவளை
நோக்கி செல்ல
எங்கு தான் கற்றாளோ
இந்த மௌன மொழிகள்ளை
என்னை கொல்வதற்கு...
அதை ஆராய்ந்து நானும் தோற்று போகிறேன்
என் காதலின் பொருள்
அவள் மன அகராதியில்
மௌனமா
விளக்கங்கள் அவளிடம் கேட்டால் விரக்தியான
புன்னகையே
எஞ்சுகிறது
அந்த எதிர்பாராத சந்திப்பில்
இறவாத சில நினைவுகள் நெஞ்சினை கிழித்து செல்ல
பிரிவு கண்ட மனமோ
எங்களின் அனுமதியின்றி தங்களை இறுக பிணைத்து
கொண்டது
எவ்வளவு வலிகள் சுமந்தாள்
என்று எண்ணி அளவிட
இயலவில்லை

என் நெஞ்ச மஞ்சத்தை
விட்டு விலகவில்லை
என் நிலை அவள் ஏனும்
அறிவாளா
அவள் இன்றி நடை பிணமாக
அவள் காதலோடு வாழ்ந்ததை
காமங்கள் நிறைந்தது காதல்
என்றால் அங்கு காத்திருப்பின் வலிகள்
இல்லை காயங்களும் இல்லை...
எங்களின் மனம் தேடிய
காதல் அன்றோ
எவ்வாறு மறைந்து மறந்து போகும்...
அவளை விழித்து எழ செய்ய எனக்கோ
மனம் இல்லை
நானும் மௌனமாய் ரசிக்கிறேன் அவள்
அன்பில் என் மீது
வரைந்த விழி நீர் வண்ணத்தை...
இறவாது நிலை இது போன்று தொடர்ந்து
பிரியாத வரம் ஒன்று வேண்டுகிறது மனம்
இந்த பிரபஞ்சத்தில் எங்கள் காதலில்...
(காதல் காமம் கடந்தது
இறுக பற்றி அணைக்கும் கரங்களை விட...விழி நீர்
துடைக்கும்
கரங்களுக்கு அன்பு அதிகம்)

****

காதல்

ஏனோ காரிருள் மேகம்
கண்ணீர் கொண்டு
வந்தது வாசலில் மழையாய்... தூவினாள்...
நின்று கேட்பதற்கு
எனக்கோ நேரமில்லை...
நிராகரித்து சென்று விட்டோன்...
ஓயாத அழுகை நாட்கள்
முழுவதும்...
என்ன என்று அறிய
சிறிது கதவுகள்
விலக்கி எட்டி
பார்த்தேன்...
சில்லென்று ஓடி வந்து
இறுக பற்றி
கொண்டாள் என்னை...
பிரியவும் மனமில்லை
ஆறுதல் கூறி
அரவணைத்தேன்...
இருவரும் கை கோர்த்து
நடந்தோம் அந்த
தனிமையான வீதிகளில்...
என்ன ஒரு ஆழமான
காதல் என் மீது
அவளுக்கு...
அவள் தூறிய அன்பு
தூறல்களில் ஈரம்
துவட்ட காற்றை
கை குட்டையாக மாற்றுகிறாள்...
இறுக பற்றிய விரல்களின்
இடைவெளிகள் குறையாமல் இருக்க
இதயத்தோடு என்னை
சாய்ந்து உறவாடுகிறாள்...
அவளின் குளிர்ச்சி என்னை தீண்டும் பொழுது...
இதழ்களில் அரவணைத்து முத்தமிட்டு
வெப்பமூட்டுகிறாள்...

என்னிடம் ஏனோ சிறு
பிள்ளையாய் மாறி
மரங்களின் முன்னாலும்
பின்னாலும் மறைந்து
விளையாடுகிறாள்...
அவள் உடுத்திய ஆடையான
ஆலங்கட்டி மழை களுக்குள்
என்னை அணைத்து மறைத்து கொள்கிறாள்...
வெகு நேரம் ஆகி
விட்டது விடை
பெறவா என்றேன்...
விம்மி அழுது வேதனை துயர் உதிர்த்தால்...
அவளை பிரிய மனமின்றி
அவளை ரசித்து இறுக பற்றி கொண்டேன் காதலனாய்...
கணவனாய்...கவிஞனாய்...

****

இரக்கமற்ற இரவுகளின்
பிடியில்
அவளோ உல்லாசமாக ஓய்வின்றி புன்னகைத்து
அழுகின்றாள்
மனதில்...
விழிகளும் அவளோடு
விவாதம் நடத்தி
தோற்று போய்
மறைத்து வைத்த நேசங்களை நினைவு கூர்ந்து பரிசளித்து
கண்ணீரில் கைதட்டி
உற்சாக படுத்துகிறது அவளை...
என்னுள் உன்னை தொலைத்து விட்டேன் என்று எனக்கு நானே
பல முறை ஏமாற்றி
கொள்கிறேன்...
உண்மை அது அல்லவே
மன கல்லறையில் புதையுண்ட காதலை
உன் நினைவுகளால் உயிர் பித்து ரகசியமாக
வாழ்கிறேன்...
நீ விமர்சித்த கவிதைகள் அனைத்தும் இன்றும்
காயங்களாக என்னில்
உன் காவிய அழகை
நினைவூட்டி நித்திரை
இழக்க செய்கிறது...
உன் இதழ்கள் பரிமாறிய
வார்த்தைகள் அனைத்தும் உன் நினைவுகளோடு நித்திரை யுத்தம்
நடத்தும் எனக்கு நீங்காத வலிகளின் சுகங்களாகவே
தெரிகின்றது...
நீ அறியா ரகசியம்
ஒன்று என்னிடம் உள்ளதடி...

மலர் இதழ்கள் அனைத்தும்
உனக்கு போட்டியாக
என்னுடன் உறவாடி கதை கூறி ஓய்ந்து என்
மார்பில் உறக்கம் கொள்கிறது...
ஆடை ஒன்று எடுத்து
உடுத்துகிறேன்...
என் ஆழ் மனதில்
இருந்து என்னை ரசித்து
கொண்டு இருக்கிறாய்...
வீதிகளில் நடை பயணம் செய்யும் என்னிடம் ஏனடி வம்பு
சண்டை செய்கிறாய்...
நீ அன்று கேட்ட பூ
இன்றளவும் என் மனதில் வாடாமல் இருப்பதினால் அனு
தினமும்
உனக்கு வாங்கி சூட்டி அழகு
பார்க்கிறேன் கற்பனையில...
நெற்றியில் குங்குமம் இட்டு
நீங்காத நெருக்கத்தோடு
உன் நேசங்களில் நீண்ட
காலங்கள் வாழ நெஞ்சில் ஏனோ ஆசைகள்
வளர்த்தேன்...
அனைத்தும் கனவாகவே போனது
நீ அமைதியாய் மௌனம் காத்த நம்
பிரிவில்...
இன்று ஏன் அழுது
புலம்புகிறாய் என்
ஆழ் மனதில்...
சில நொடிகள் கூட
உன்னை பிரிவதில்லை...
என்னுள் நீயும் உன்னுள் நானும் இறவாத காதலுடன்
இனைந்தே வாழ்கிறோம்...

இதில் மறப்பது என்பது
ஏது? தேகம் தீண்டும்
காதல் அழிந்து விடும்
அன்பே...
நம் ஜீவன் தீண்டிய
காதல் அல்லவே
எவ்வாறு அழியும...
விழிகளை துடைத்து கொள்...
நீண்ட இரவு வெகு
நேரமாக நம்மை உளவு
அறிகிறது...
விரைந்து துயில் கொள்
என் மன மாளிகையினுள்...
என் தனிமை உன்னை எழுப்பாத வண்ணம் இருக்க
என் நினைவுகளை உனக்கு காவலாக அமர்த்துகிறேன்...
வலிகள் இன்றி உறங்குவாய்...
என்னுள்...

****

இரவுகள் பரபரப்பாக இயங்கிக் கொண்டிருக்கிறது
விரைந்து விழிகள் மூடி
அவளோடு உறவாட
விழிகளும் ஆவலோடு அலைப்பாகிறது...

வானம் வேறு சிறிது
மழைத்துளிகள் தூவி
மோக தீ ஒன்றை
மூட்டி சென்றுவிட்டது...

விடி விளக்குகளை அணைத்த விட்டு விரைந்து தலை
சாய்ந்தேன்
தலையணைகளிடம்...
சிறிது நாணம் கொண்டவரே என்னில்
எட்டி பார்க்கிறாள்...

இமைகள் உறக்கம் கலைந்து இறுக அவளின் கரங்களை
பற்றி
கொண்டது....
என்னை மீண்டும் பிரிந்து சென்று விடாதே
என்ற ஏக்கங்களுடன்....
அவளோ சற்று விலகி
சென்றாள்...
சொல்லில் தீராத காதலின் வார்த்தைகள்
அனைத்தும் விழிகளால்
அவளிடம் மௌனமாய்
உறவாடி கொண்டு இருந்தன...

ஏதோ அவற்றின் விளக்கம் அறியாதவாறு
இதழ்கள் விரித்து புன்னகைத்தாள்...
அதில் சிதறிய எச்சில்
தீர்த்தங்களை பருகும்
வண்டாய் மனம்
ஏனோ அவளிடம் சென்றது...

மௌனமாய் சிறிதேனும்
என்னை பார் மரணித்து
போகிறேன் உன்
நினைவில் ஒவ்வொரு நொடியும்...
என் வலிகள் களைய
வழிகள் உண்டா உன்னிடம்...
இருந்தாலும் இல்லை
என்றே கூறுவாய்
பார்த்தது போதும் சற்று
அருகில் வந்து அமர்ந்து
கொள்...
நான் கலைஞன் அல்லவே உன்னை சிலை வடித்து கவி
வடிக்க...
அதனால் உன்னை ரசிக்கும் காதலனாக
இருக்கிறேன்...
இதில் பிழைகள் ஏதும்
உண்டோ...
இரவுகளின் பிடியில்
நீ தேவதையாக இருந்தாலும்....
என் உயிர் கொல்லும்
யுத்தங்கள் ஏனடி...
சொல்ல முடியாத மன
சுகங்களின் வலிகளை
உன்னிடம் நான் கூற
இந்த யுகம் போதுமா..
கருணையின்றி காதல்
கொலைகள் புரியாதே
அதில் இறப்பு என்பது
ஏது? மீண்டும் மீண்டும்
பிறப்பெடுக்கிறேன் உன் நினைவு போராட்டங்களோடு...

சிறிதாவது என் மேல்
இரக்கம் காட்டு
இன்னும் எத்தனை இரவுகள் கனவோடு உன்னிடம்
இணைந்து
வாழ்து
என்று கலக்கமுற்று துயர் கொண்டாலும்...
மனம் மகிழ்வு கொள்கிறது
நாம் பேசி மகிழும்
இந்த பரப்பரப்பான இரவுகளின் ரகசிய நம்
காதல் தருணங்களை எண்ணி...

****

எது காதல்...?

இரத்தமும் சதையும் உயிர் உருகும் உணர்வுகளின்
வேள்வியில்...
இதயம் மட்டுமே பெறும்
வரங்களின் சாபம்.....
எண்ணி நினைத்து அணைத்த கனவின்
ஏக்கங்களை
எளிதாக மறைத்து கடத்தி செல்லும் மௌனம்.....
யாரும் அறியாது....
விழிகள் அவனின் காட்சி பிழைகளை கவனமாக
புகைப்படம்
எடுக்க....

மனம் அதை ஏனோ திருடி பார்க்கும் மர்மம்....
பொழுதுகள் போகாது பிடிவாத நிலை கொள்ள....
பைத்தியமாய் வினாடிகளை காத்திருப்பின் வெறுமை
கொண்டு
நகர்த்திடும் இயலாமையின் கடின
முயற்சி.......
சுற்றும் உலகையே ஒரு
நிமிடம்
வலிகளின் விழி தூறல்
கொண்டு நிறுத்த இயலும் விசித்திரம்....
பேச துண்டிடும் வார்த்தைகள் எல்லாம் மன கருவறையில்
கருச்சிதைவுற்று துடிக்கும் ஓலம்.....

தொலைவில் காதல்
வைத்து அருகில்
மடி சாய்ந்து அழ தோன்றும் ஒரு
கானல் பிம்பம்....
என்று இன்னும் எத்தனையோ அறிமுகங்களின் அடை
மொழிகள்.....

இது எல்லாம் காதல்
என்றால் அன்பே....
உன் விழியோடு என்
நிழல் காணது...

வெறுமையோடு நீ என்னை யார்? என்று
அறியாது.....

உன் செவ்விதழ்கள் சிந்திய புன்னகையை
நான் கண்டு ரசிக்காது.....
அழகோ இல்லை நீ
ஒப்பனை பூசும் பேரழகோ என்று
உன் நிழல் கண்டு
கூட உன்னோடு காதலில்
மதி மயங்கி
துயில் கொள்ள
இயலாது....
உன் மெல்லிய மூச்சு
காற்றின் வெப்பம்
கூட
என் வில்லென வளைந்த புருவங்கள்
ஏந்த இயலாது.....
முகவரி அற்ற உன்னை
முழுமையும் காதலித்து
தேடுகிறேன்
காதல் வீதியில்....

இதில் எது? காதல்
என்று விவாதிக்க எண்ணவில்லை...
விவாத களத்தில் கூட
காதல் வேறொரு பிரதிபலிப்பில் தோன்றலாம்....
இதுவும் காதல் .....

****

உறக்கம் விழித்து வேடிக்கை விநோதமாக ரசித்து
கொண்டு
இருக்கிறேன் அந்த வெறுமையை.....
ம்ம்....

நீயும் என்னோடு இணைந்து ரசிக்கலாம்
என் இதயத்தை விட்டு
சிறிது வெளியில் வா.....
அச்சம் கொள்ளாத
அங்கும் இங்குமாய் உனக்காக நான் மறைத்த காதல்
அழுது
ஆர்பரித்து கொண்டு
தான் இருக்கும்...

என்ன செய்வது அவற்றிற்கு வலிகள் தாங்கும் வலிமை
கொடுத்த
உன்னால்
நீயின்றி வாழும் வாழ்வியல் எவ்வாறு என்று கற்று
கொடுக்காமல்
போனது
உன் தவறு தானே.....

மெதுவாக என்
கரங்களை இறுக பற்றி கொள்
இரவின் அடவி படர்ந்த
இருளினும் கூட உன்
விழிகளின் வெப்ப கதிர்
வீச்சினை தாங்க
இயலாது மயங்கிறது என் மனம்.....

அதற்காக என்மேல் கருணை காட்டி
விழி நீர் துளிகளை
தூவி விம்மி அழுது விடாதே....
விரைந்து நான் மரணித்து போவேன்..
எனக்காக உன் விழி
அருவிகளை சிறிது
நேரம் சிறை செய்.....
அங்கே பார்
நிலவு ஒன்று
இரவின் நிலவை ரசித்த
நிலை மாறி ஏனோ
இன்று கண்டதும் துயர்
கொள்ளும் நிலை தான்.....
அந்த நிலவு உன் நினைவுகளை மட்டும்
என்னோடு விட்டு விட்டு
நீயற்ற நிலை கண்டு
என்னை பித்தாக எண்ணி பெரும் கேலிக்கைகள்
செய்கிறது.....
இருக்கட்டும்
அதுவும் அதன் தனிமையை ஆற்றி
கொள்ளட்டும் என்னால்.....

மெதுவாக வீசும்
இந்த வாடை காற்று
உன்னை குளிரூட்டி
செல்கிறதா....
இது எனக்கு அன்றாடம்
பழகிய ஒன்றே....
இதோ என் காதல் நினைவு போர்வைகளை போர்த்தி
கொள்.....

என்னாலும் அதன் வெப்பங்கள் தாங்க இயலவில்லை....
நீண்ட வெறுமையில்
என்னோடு பயணிக்காதே...
எனக்கு அது எளிது என்றாலும் உனக்கு
கடினமே....
மெதுவாக மீண்டும் என்
இதயத்திற்குள் சென்று விடு.....
உனக்காக மட்டும் அன்றி
எனக்காவும் தனித்து
போய் இந்த வெறுமையை ரசிக்கிறேன்.....
இது அனு தினமும் என்
நிலை தான் காதலே......
நீ அதை ஆராய்ந்து
வலிகள் கொள்ளாது
துயில் கொள்.....

****

நின்னை பித்தன் என்று
நினைந்தனையோ
பிறை நிலவே
பேய்கள் ஓலம் இடும்
காரிருள் தன்னில்
பெரும் யாகம்
ஒன்று வளர்க்கின்றேன்
அதில் மனமே வேகும்
கொள்ளி ஆக
நின் பிம்பம்
அகன்று மாசடைந்த
கருவிழி குறுநகை
கண்ணீராய் எண்ணெய்
ஊற்ற
ஏனோ என் மன
வேள்வி எரியாத
கரி துண்டுகளாய்
புகை மூண்டு
சுவாசிக்க மறந்தன
நாசி துவாரங்கள்...,
என்ன ஒரு வினோதம்
மீண்டும் ஒருமுறை
உயிர்ப்பிப்பு
உனக்கென அடியேன் தொடங்கிய
துயர் வேள்வியில்
உன் நினைவுகளின் மந்திர வேதங்களால்
மறு ஜென்மம் புனைகிற
து
முடிவில்லாத வேள்வியில்
இன்னும் எத்தனை
முறைகள் மரித்து
உயிர் பெறுவேனோ
நடை பிணமாய்.

****

காதல்

தொடருமா... முடியுமா... என
இரவோடு போராடி கொட்டி தீர்க்கும்
அந்த கண்ணீர் துளிகள்..
தலையனை வைத்து அணைத்து விட
அதுவும் தவித்து தான் போகிறது...
கனவில் சிறிது களைப்பாறி உறங்கலாம்
என்றால் காதலே..
இமைகள் கதவை மூடும் முன்பே
இதயத்தில் வலிகளின் பயம்
கொண்டு அழுகிறாய்...
என்ன செய்வது நானும்
உன்னை...
பசியாற்ற குழந்தைக்கு பால் நிலா
பதுமையாவது போன்று...
சில நேரம் நீண்டு அவளோடு
ரகசியமாய் பேசி சிரித்த
நாட்களை உனக்கு பதுமையாக்கி
காட்டுகிறேன்...
நீயோ பிடிவாதமாய் அவளையே
கேட்கின்றாய்..
தொலை தூரத்தில் இருக்கிறாளா
இல்லை என்னுள் இன்றும்
தொலைந்து தான் இருக்கிறாளா...
என்று அறியாது நானும்
தேடுகிறேன்...
நீயோ என் நிலை அறியாது
அழுகின்றாய்...
விழி நீர் குடித்து உயிர் வாழும்
விந்தை தன்னை எங்கு
தான் கற்று கொண்டாய் காதலே...
என்னிடம் சொல்...
கால மாற்றங்களில் காதல் பிரிவில்
இரவு என்ற ஒன்று
இல்லாமல் கூட இருந்து
இருக்கலாம்...

எதை எதையோ பேசி உன்னையும்
துயரில் ஆழ்த்தி மரணத்தின்
வாசம் தன்னை நுகர்ந்து கொண்டே
இருக்கிறது அவனின் ஞாபகங்கள்...
சில நேரம் காதலாய் அவள்
பல நேரங்களில் காதலியாய்
அவள் எல்லா நேரங்களிலும்
கவிதையாய் அவள்...
பிரிவற்ற காதல் தான்

****

காதல்

அழகான காரிருள் தன்னில்
அவனும் என்னோடு
நினைவுகளோடு உரையாடி
நினைத்திருந்து தருணங்கள்
கடந்து...
நிதர்சனத்தில் இன்று என்னோடு
உறவாட மனம் இருந்தும்
உரையாட வார்த்தைகள் இருந்தும்
ஏதோ ஒன்று இனம்
புரியாத தடைகளாய்
என்னை ஆட்க்கொள்ள
அவனோ அமைதியாய் என்
விழிகளிடம் ஏக்கங்களின் மொழிகள்
உரைக்கிரான்...
விரும்பிய மனதோ வெட்கங்களுக்குள்
தன்னை சிறை படுத்தி
வெளிவர வழிகளின்றி தவிக்க...
தன்னை நிதானித்தவாறு குறுநகை
புரிகிறான்...
அவன் வருகையின் ரகசியம்
கண்டறியும் மனதிற்கு...
அவன் நிரந்தரமாக தங்கி
அவளை ஆட்கொண்ட நிலை புரியாது
போனது ஏனோ...
என்ன மாயம் என்பது
தெரியாமல் அவனிடம் திளைக்க...
அவள் விழிகள் தீண்டும் வலிகளே
உயிர் குடிக்கும் போது
எவ்வாறு முயல்வது
அவனை முழுவதும் அவளுள்
மறைத்து வைக்க...
அவள் அன்பின் எதிர்பார்ப்புகளை
எவ்வாறு உரைப்பது...
இவ்வாறான மன போர்களில்
கலங்கிய மனதிற்க்கு
எவ்வாறு தெளிவு படுத்துவது...

அவனோ அருகில் வந்து
விட அச்சமுற்ற இதயம்
அன்பில் மூழ்கி துடிக்கிறது...
அதை காப்பாற்ற எண்ணி கரங்களை
பற்றி விட்டான்...
அவளும் தன் நிலை
மறந்து சாய்ந்து கொண்டாள்
அவனோடு...
மனமும் மனமும் மகிழ்வுற்று
அன்பினை பரிமாறி கொள்ள...
நாங்களோ மௌனமாகி விட்டோம்
அழகான காரிருளும் நிலவின்
ஒளியை அணைத்து விட்டு
நித்திரை கொள்ள சென்றது...

****

ஆலகால விஷமே என்
அமுதே அழகே
நான் பிழைப்பதற்கு ஏதும்
வழிகள் இல்லையடி பிழைகள்
ஏது? விளைந்தேன்...
பிரிவின் துயரில் பித்தனாய்
ஏனோ புன்னகைத்தாய்
இரு விழி சிறை
தந்தாய்...
உன் கால் தடம் பதிந்த
மணல் படுகைகளில் கவி
இயற்றும் வல்லமை
தந்தாய்...
வீண் பொழுது என்று
ஏதும் இல்லையடி
நிலவும் சூரியனும்
நீயாக இருந்ததால்...
குற்றம் இன்றி தண்டனைகளோ
ஆய்வு செய்து என்
காதலை வாதிட
மனம் ஊமை நியாயவாதியாய்...
அனு தினமும் மரண
தண்டனைகளோ உன் மீது
நான் கொண்ட அன்பில்
அழுது புரண்டாலும் மாண்டோர்
வருவதில்லையடி என் அன்னமே
என் காதலும் உன்
ஆழ் மனதில் அவ்வாறோ...
போலியாக கூட சிறிது
கண்ணீர் உதிர்த்து விடாதே
என் மரணத்தில்...
அங்கே என் உயிரற்ற
பின்டம் கூட உயிர்த்தெழுந்து
என்நேசங்களை நிருபிக்க
உன்னுடன் போராடி
கொண்டே தான்
இருக்கும்...

மரணத்திலாவது என்னை மகிழ்வுடன்
விடை அனுப்பு
அங்கேயாவது நான் அமைதியுடன்
துயில் கொள்கிறேன்...
போலியான உன் நினைவுகளுடன்
காதல் பூந்தளிர்
நீ நஞ்சு இனமேயடி

****

காதல்

நிலவு ஒளியின் முற்றத்தில்
நித்தம் உன் நினைவுகளுடன்
போராட்டம்....
மன சிலுவையில் அறைய பட்ட
நம் காதல் வலிகள்
நிறைந்த பூக்களாய் உயிர்
பெற்று உலா வருகின்றது
உணர்வுகளில்...
விழிகளின் ஒரம் சிறிது
ஈரம் விரும்பிய நாட்களை
எண்ணி....
அதை ஆறுதல் படுத்த
அரை உயிருடன் போராடி
கொண்டு இருக்கும்.
சிகரட் துண்டுகள்....
எத்தனை முறை தான்
முயல்வது என்னை நானாக
மாற்ற..
நீயே நானாக இருக்கும்
பொழுது அது
இயலாத ஒன்று தான்
உனக்கு நேரம் இருந்தால்
ஒரு முறை என்
நினைவுகளையாவது தீண்டி பார்...

அதில் சாம்லாகி உதிர்வதை
அறிவாய்
மரணிக்கும் வரை என்னுள்
தொடரும் போராட்டம் தான்
இதை மாற்ற மனம்
விரும்பவில்லை...... மகிழ்வாய்...

****

ஹைக்கூ கவிதைகள்

அகம் தீண்டும் காதல்
அழியாத அமுத நெஞ்சின்
உணர்வுகள்....
சிலையென மாறும் நினைவுகளை
காதல் கலையென ரசித்து
மகிழும் கண்ணீர்
வாழ்வின் ரகசியங்களாக
வாழ்ந்து விடுகிறது காதல்

சொல்லாத என் காதல்
சிறை பட்டு உறங்குகிறது
எண்ண முடியாத நாட்குறிப்பேட்டின்
பக்கங்களில்
உன் நினைவுகளில் பாரம் சுமந்து...

****

அங்கோர் இல்லத்தின் வாயிலில்
ஆயிரம் வலிகளோடு
விலை மகளுக்கு விடியில் ஏது
என்ற புலம்பலுடன்...
அவளின் தேகம் தீண்டும்
விழிகள் இன்றி மனம்
குருதி வடிக்கும் அவள்
வலியினை கேட்க்க....
என்றோ ஓர் நாள் அவளின்
இளமை காதல் இருளில்
வந்தவனின் குரலில் எதிரொளிக்க.....
சேவல் கூவியது அவனை
கண்டு திடுக்கிட்டவளாய்....
கண்களிலோ வலிகளின் நீர்
அருவி
அவனோ உயிரற்ற நடை
பிணமாய்...
நூறு ஆண்டுகள் சேர்ந்து
வாழ எண்ணியவளுடன்
யார்? என்று அறியாமல்
ஓர் நாள் இரவை
கழித்ததில்.......

நலமா என்று வினவின
அவனின் மனம்..
புரையோடிய மன காயங்களிலும்
உன் காதல் நலமே என்றாள்...
சிறிது புன்னகையுடன் புரியவில்லை
என்று அவனின் விழிகள்
சுருங்கவே
விலை மகளாக்கி இந்த
சமூகம் சாபம் இட்ட
நிலை கண்டு வருந்தி
அழுதேன்....
விரும்பிய உன்னோடு வாழ
இந்நிலை என்று அறிந்த போது
அந்த சாபங்கள் கூட
என் வாழ்வில் வரமாகி
போனது என்று

தன்னுள் மரித்து போன
புன்னகையை தன் விழி
உதிரம் கொண்டு பிரசிவித்தாள்..
வலியின் வார்ததைகள் அவள்
மனதை கூர் வால்
என்று கிழித்தெறிய....
அவனின் கண்ணீரோ அவளின்
கரங்களை பற்றி
ஆர்பரித்து அழுதது

****

சத்தமிட்டு அழகே
நீ புன்னகைத்தாதே இங்கு
என் மனதில்
காதல் யுத்தம் ஒன்றே
நடந்து விடுகிறது.....

தொலைந்த நிஜங்களை தேடி
ஓடுகின்றது ஜன்னல்
ஓர பயணங்கள்..

நான் எதனை யோசித்தாலும்
இறுதியில் உன் பெயரை
மட்டுமே எழுதுகிறது
இந்த மந்திர எழுதுகோல்

மதி மயங்கும்
நிலையோ மாதுவே
உன்னுள் தொடரும்
அவன் எண்ணங்களின் தீண்டலில்

மௌனம் கலைத்து பேசி
விடும் வார்த்தைகளுக்காக
காத்திருக்கிறோம்..
காலம் கடந்து கொண்டே
போக ஏனோ
காயங்கள் தான்
அஞ்சுகிறது துயர்
மழையாய்

மௌனமாக இருக்காதே
பேரழகே இங்கே நான்
மரணித்து கொண்டு இருக்கிறேன்

பெண்ணே
தாகம் கொண்ட மழை
துளிகள் உன்னை
தீண்டி பருகியதோ...

உயிர் உரசி செல்கிறது
ஒரு குவளை தேநீரில்
உன் இதழ்கள் பதித்த
சாரல்கள் என்னுள்ளே

ஒருமித்த உணர்வுகளில்
மௌனம் காக்கிறது
காதல்...

சிறு சிறு துளிகளாய்
சேகரித்து மகிழ்கிறேன்
மழையே உன்
சில்லென்று தேகம்
தீண்டும் காதலை...

மௌனம் சிறகுள் விரித்து
பறக்க வழியின்றி
மரணித்து போகிறது
ஊமை காதலில்...

எழுதாத அவனை பற்றிய
உணர்வுகளை உன்னிடம்
கூறினால் வலிகள்
தாங்குவாயா கவிதைகளே

மனம் ஏனோ
மாய முக மூடி
அணிகிறது மனம்
பிரசிவித்த காதலை
மறைப்பதற்காக...

தொட்டணைத்து காதல் மகிழ்வின்
தூறல் போடும் போது
விழிகள் சாளரங்களை பூட்டி
விடுகிறது வெட்கம்
கொண்டு

தனிமை சிறந்த புகைபட
கலைஞன் இன்பத்திலும் துன்பத்திலும்
காதலை அழகாய் காட்சிகளாக
பதிவிடுகிறது வாழ் நாள்
முழுவதும்

அமைதியாக உறங்கு காதலே
அவள் உன்னை தேடி
அங்கே வர வழிகள்
இன்றி தடை கல்லாக
இருக்கிறது அவள் மறைத்த
காதல்

இமைகள் மூடி
தவம் கொள்கிறதாம்
காதல்
வரம் என்ன
மூச்சு காற்றின் நித்திரை
இழந்த புலம்பல்களோ

இரவு போர்வைக்குள் நீயோ
என்னுள் விழித்து கொண்டு
விழி சாளரங்களை
சாத்தி விட்டு விநோதமாக
என் உயிர்
தீண்டி ரசிக்கின்றாய்

கொஞ்சி பேசிட எண்ணும்
போது எல்லாம்
நீ என்னை கொள்ளை
கொல்லும் அழகாகிறாய்...
இதில் உன்னை மிஞ்ச
வழிகள் அறியாது
உன்னிடம் கெஞ்சுகிறேன்.

தொட்டு விடும் மழை
துளிகள் என்னுள் தொடருதடி
நீ என்னை முத்தமிட்டு
சென்ற தருணங்களை

மன தூரிகை தொடுகிறேன்
காதல் ஓவியம் தீட்டி
விட
நீயின்றி மனமோ விழி
மழை கொண்டு வேகமாக
களைத்து விட
மீண்டும் வலி வண்ணங்களிலும்
அழகாய் உன் நினைவுகளை

நாதம் ஊதும் கண்ணனுக்கு
கேட்க்கவில்லையாம்
பேதை அவள் பிரிவால்
வடித்த விழி நீர்
ஓசை...

இமை மூடாத இரவின்
ஒப்பனையில் என்னவள்
என்றும் என்னுள்
தேவதையே...

உன் விழி என்னும்
அட்சய பாத்திரத்தில்
தீராத அமுதோ காதல்

ஏனோ தனிமையோடு
வெகு நேரமாக
உரையாடுகிறாள்
வெறுமையுள்ள சில
பிரிவுகளை தாங்க
இயலாது

என் கவி வரிகள்
தடுமாறுகிறது காதலே
உன் அழகில்
பயணிக்க

காதல்

அவனின் நினைவுகளோடு
இரவை கடந்து
விடுதல் என்பது
எளிதான பயணம் அல்ல

நிலவு சுடும் என்று
இதுவரை உணர்ந்தது
இல்லை உன்
நெற்றியில் என் இதழ்கள்
தீண்டும் வரை

தனித்து விடப்பட்ட
நிஜங்களுக்கு
வெறுமை நினைவு
சித்திரம் தீட்டி மகிழ்கிறது

மறைமுகமாக வாதிடும்
அவள் காதலிற்க்கு நீதி
வழங்க மறுக்கிறுதாம்
விழிகள் நாணத்தில்

அழகாய் தான் காதலிக்கிறது
இயற்க்கையை யாரும்
அறியாமல்
தனிமை

இரவில் அவள் எண்ணங்களின்
தொடக்கம் சிறை மடுத்த
விடியல் என்னை விடுவித்து
விடுகிறது

சிறகடிக்கும் உன்னை
பற்றிய உணர்வுகள்
என் மன வானில்
என்றும் சொல்லில்
அளவிட முடியாத
பேரழகே...

எழுதி இணைத்து விட்டது
எழுது கோல்
தொலைந்த உணர்வுகளை
மீண்டும் மீண்டும்
வாசித்து வலிகள் கொள்ள

****

பிரிவு

ஆழ் மனதின் அழகிய
உணர்வுகளில் ஆதிக்கம் பெற்ற
உன் விழிகளின் தீண்டல்...
என் உயிர் வரையும்
தூரிகை தான் என்
விழிகள் சிந்தும் பார்வை
சிதறல்களிலும் நீயே தெரிகின்றாய்
என்னை நிராகரித்து சென்றது
நீயாக இருந்தாலும்
உன் பிரிவு என்னால்
நிராகரிக்க முடியாதவைகளே
ஆறுதலும் அரவணைப்பும் உன்னிடம்
விரும்புவது என்னின் அர்த்தமற்ற
செய்கை
நீ எனக்களித்த தனிமையில்
தான் நான் மகிழ்வுடன் வாழ்கிறேன்
அங்கு உன்னையன்றி என்னை
அழைக்கவும் ஆறுதல் படுத்தவும்
அரவணைத்து ஆராய்ந்து உரையாடவும்
யாரும் இல்லை
என் நினைவுகளில் நீண்ட
ஆயுளுடன் நீ நிம்மதியாகவே
வாழ்கிறாய் பிரிந்து சென்றது
உன் பிம்பம் மட்டுமே
அதில்பிழைகள் இல்லை...
பேசும் நினைவுகளை அல்லவா
என்னுடன் விட்டு சென்றுள்ளாய்
இருவரும் இணைந்தே வாழ்கிறோம்
(நானும் உன் நினைவுகளும்)
மகிழ்வுடன் தனிமை நீ
எனக்களித்த விலைமதிப்பற்ற பரிசாகும்
அதை பிறரிடம் நீ
பெற்று விடாதே என்னை
போல் பாதுகாத்து வாழ
உன்னால் இயலாது...
பைத்தியம் ஆகிவிடுவாய் இந்த பாரினில்...

****

www.ingramcontent.com/pod-product-compliance
Lightning Source LLC
LaVergne TN
LVHW040336171026
850499LV00046B/2114
* 9 7 8 9 3 9 1 4 2 3 7 6 6 *